Impressum
Verlag: BABADADA GmbH, Nedderfeld 112 , 22529 Hamburg
Geschäftsführer / Verlagsleitung: Harald Hof
Druck: Books on Demand GmbH, In de Tarpen 42, 22848 Norderstedt

Imprint
Publisher: BABADADA GmbH, Nedderfeld 112 , 22529 Hamburg, Germany
Managing Director / Publishing direction: Harald Hof
Print: Books on Demand GmbH, In de Tarpen 42, 22848 Norderstedt

classroom
sajili

divide
kugawanya

186/2

board
ubao

teacher
mwalimu

paper
karatasi

write
kuandika

pen
kalamu

desk
dawati

ruler
rula

book
kitabu

pupil
mwanafunzi

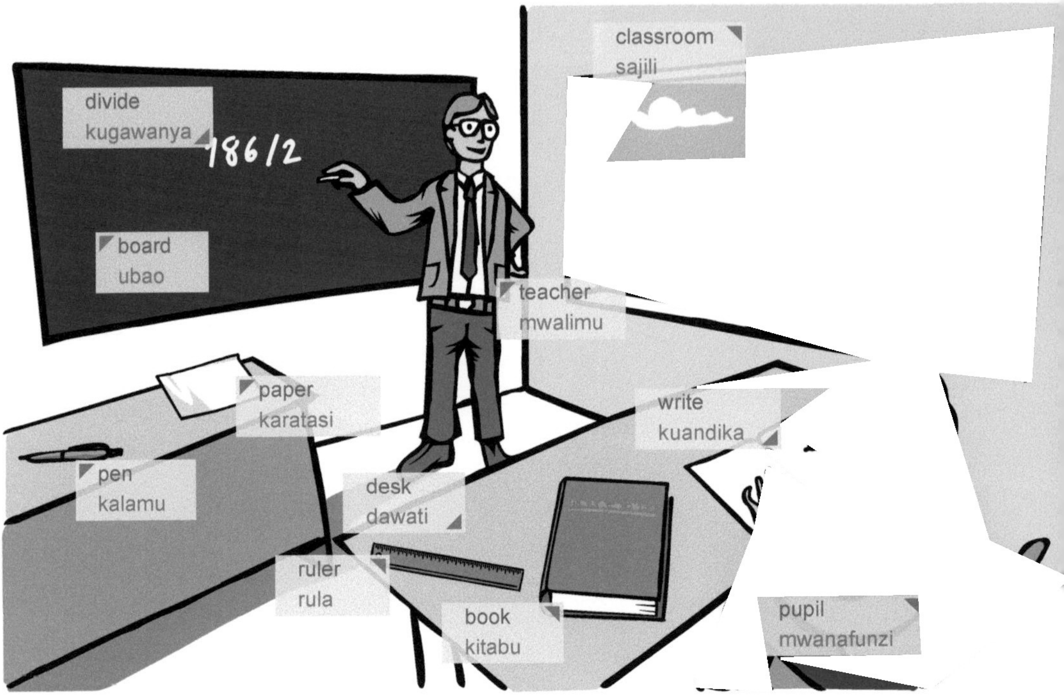

satchel
mkoba

pencil case
kikasha cha penseli

pencil
penseli

pencil sharpener
kichonga penseli

rubber
mpira

drawing pad
pedi ya kuchora

drawing

uchoraji

paintbrush

brashi ya rangi

paint box

sanduku la rangi

scissors

mkasi

glue

gundi

exercise book

daftari

homework

kazi ya nyumbani

number

nambari

add

jumlisha

subtract

ondoa

multiply

zidisha

calculate

kokotoa

letter

barua

alphabet

alfabeti

word

neno

text

maandishi

read

kusoma

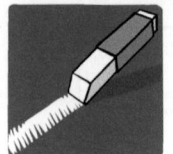

chalk

chaki

lesson

somo

register

sajili

exam

uchunguzi

certificate

cheti

school uniform

sare za shule

education

elimu

encyclopedia

elezo

university

chuo kikuu

microscope

darubini

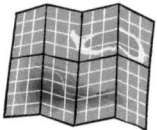

map

ramani

paper bin

kikapu cha kuweka karatasi
chafu

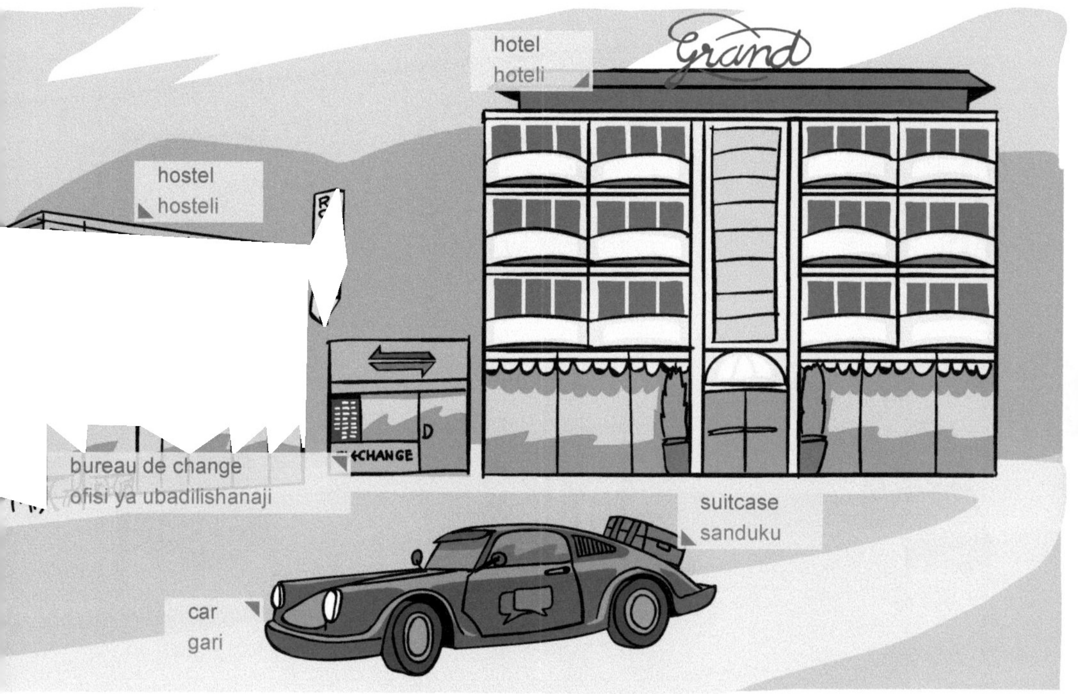

hotel
hoteli
Grand
hostel
hosteli
bureau de change
ofisi ya ubadilishanaji
EXCHANGE
suitcase
sanduku
car
gari

language

lugha

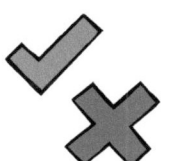

yes / no

ndiyo / la

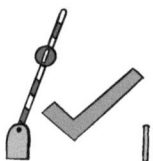

Okay

sawa

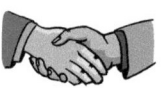

hello

hujambo

translator

mtafsiri

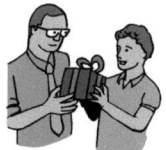

Thank you

Asante

how much does ... cost?

kiasi gani ni ...?

I do not understand

Sielewi

problem

tatizo

Good evening!

Jioni njema!

Good morning!

Habari za asubuhi!

Good night!

Usiku mwema!

bye bye

kwa heri

direction

mwelekeo

luggage

mizigo

bag

mfuko

backpack

shanta

guest

mgeni

room

chumba

sleeping bag

begi la kulalia

tent

hema

tourist information	beach	credit card
taarifa ya utalii	ufuo	kadi

breakfast	lunch	dinner
kifunguakinywa	chakula cha mchana	chakula cha jioni

ticket	lift	stamp
tiketi	kuinua	muhuri

border	customs	embassy
mpaka	mila	ubalozi
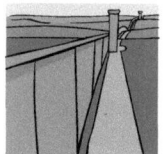		
visa	passport	
visa	pasipoti	

usafiri

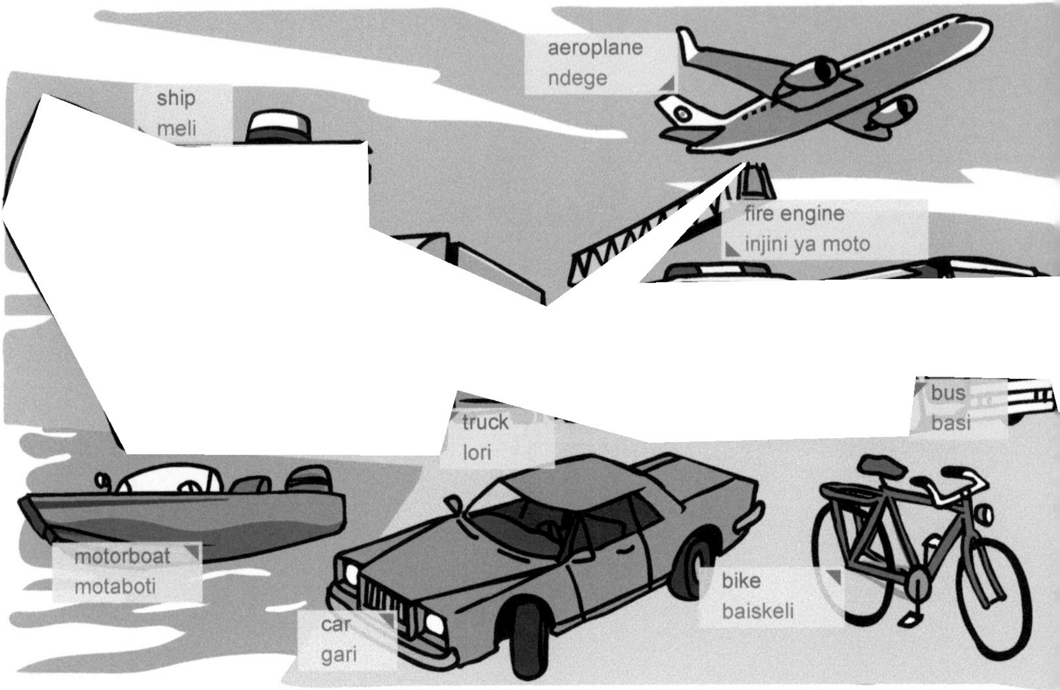

ship
meli
aeroplane
ndege
fire engine
injini ya moto
bus
basi
truck
lori
motorboat
motaboti
car
gari
bike
baiskeli

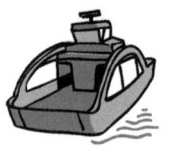

ferry

feri

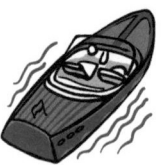

boat

mashua

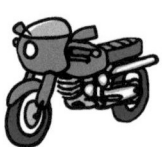

motorbike

pikipiki

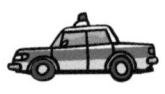

police car

gari la polisi

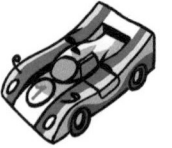

racing car

gari la mashindano

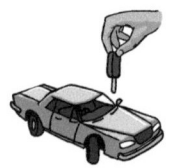

rental car

gari la kukodisha

car sharing

kushiriki gari

breakdown truck

lori la kuvuta

refuse truck

ukusanyaji taka

motor

motor

fuel

mafuta

petrol station

kituo cha mafuta

traffic sign

ishara trafiki

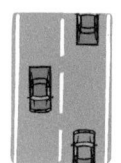

traffic

trafiki

traffic jam

msongamano

car park

maegesho

train station

kituo cha treni

tracks

reli

train

garimoshi

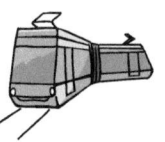

tram

tremu

carriage

gari la mizigo

helicopter

helikopta

airport

uwanja wa ndege

tower

mnara

passenger

abiria

container

chombo

carton

katoni

cart

mkokoteni

basket

kikapu

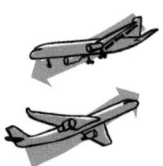

take off / land

ondoka

jiji

village

kijiji

city centre

katikati ya jiji

house

nyumba

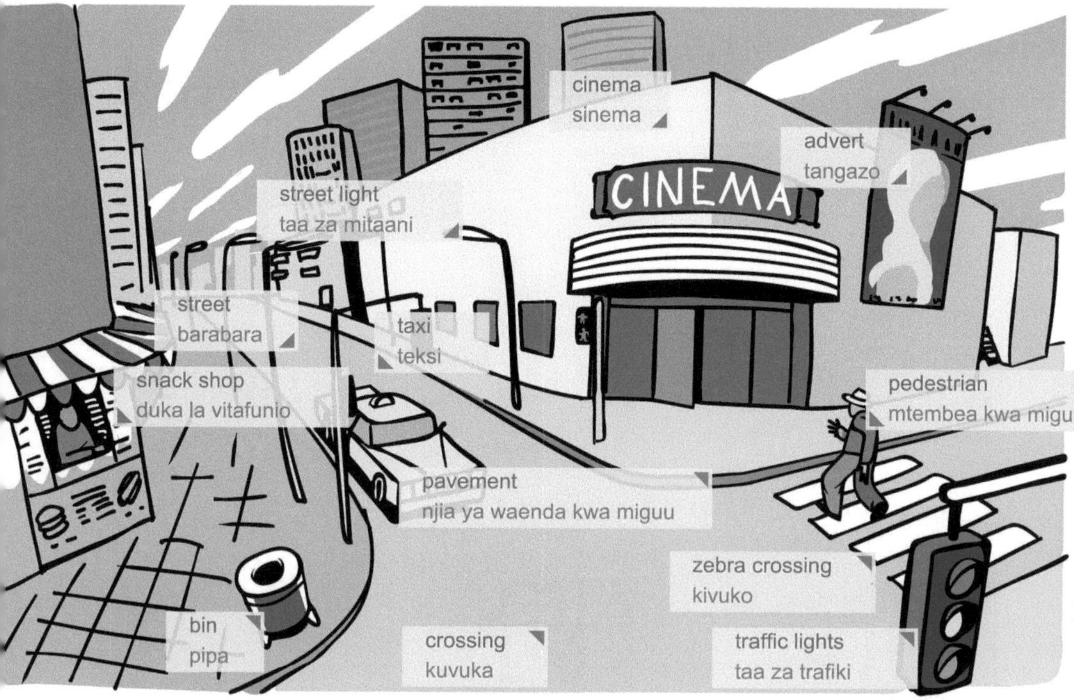

cinema
sinema
advert
tangazo
CINEMA
street light
taa za mitaani
street
barabara
taxi
teksi
snack shop
duka la vitafunio
pedestrian
mtembea kwa migu
pavement
njia ya waenda kwa miguu
zebra crossing
kivuko
bin
pipa
crossing
kuvuka
traffic lights
taa za trafiki

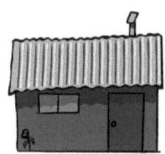

hut

kibanda

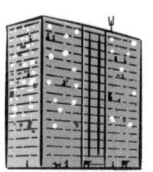

flat

gorofa

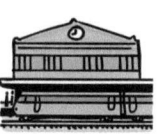

train station

kituo cha treni

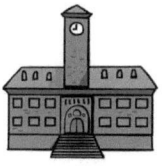

town hall

ukumbi wa mji

MUSEUM

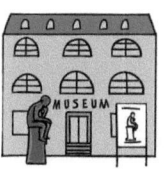

museum

Makavazi

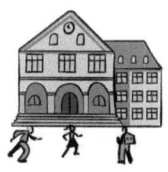

school

shule

university

chuo kikuu

bank

benki

hospital

hospitali

hotel

hoteli

pharmacy

duka la dawa

office

ofisi

book shop

duka la kitabu

shop

duka

florist's

duka la maua

supermarket

dukakuu

market

soko

department store

idara ya kuhifadhi

fishmonger's

mwuza samaki

shopping centre

kituo cha ununuzi

harbour

bandari

park	bench	bridge
Hifadhi	benki	daraja

stairs	underground	tunnel
vidato	chini ya ardhi	handaki
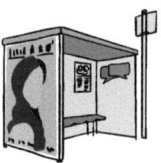		
bus stop	bar	restaurant
kituo cha mabasi	bar	mgahawa

postbox	road sign	parking meter
sanduku la posta	ishara ya barabara	mita ya maegesho

zoo	swimming pool	mosque
bustani ya wanyama	kidimbwi cha kuogelea	msikiti

farm

shamba

pollution

uchafuzi

graveyard

makaburini

church

kanisa

playground

uwanja wa michezo

temple

hekalu

mazingira

leaf
jani

signpost
ishara ya mwelekeo

way
njia

meadow
malisho

stone
jiwe

hiker
mtembeaji wa masafa

tre
mti

river
mto

grass
nyasi

flower
ua

valley

bonde

hill

kilima

lake

ziwa

forest

msitu

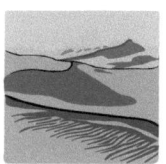

desert

jangwa

volcano

volkano

castle

ngome

rainbow

upinde wa mvua

mushroom

uyoga

palm tree

mtende

mosquito

mbu

fly

kuruka

ant

chungu

bee

nyuki

spider

buibui

beetle

mende

frog

chura

squirrel

kuchakuro

hedgehog

nungunungu

hare

sungura

owl

bundi

bird

ndege

swan

swan

boar

nguruwe mwitu

deer

kulungu

moose

aina ya kongoni

dam

bwawa

wind turbine

tabo ya upepo

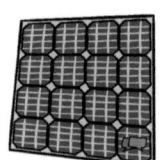

solar panel

nishaji ya jua

climate

hali ya hewa

mgahawa

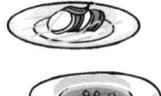

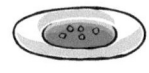

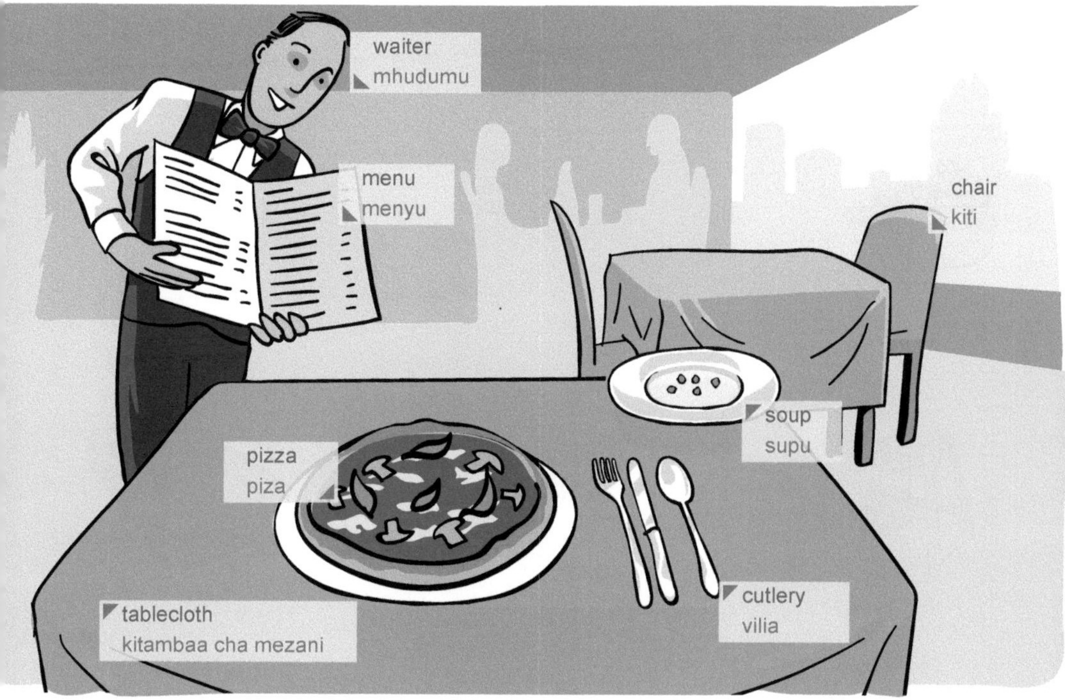
waiter
mhudumu
menu
menyu
chair
kiti
soup
supu
pizza
piza
tablecloth
kitambaa cha mezani
cutlery
vilia

starter

kiamsha hamu

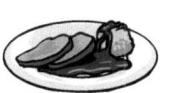

main course

kozi kuu

dessert

kitindamlo

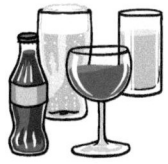

drinks

vinywaji

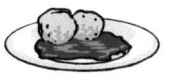

food

chakula

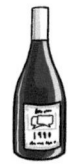

bottle

chupa

fast food

chakula cha haraka

street food

Streetfood

teapot

buli

sugar bowl

kisanduku cha sukari

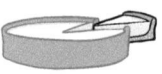

portion

sehemu

espresso machine

mashine ya espresso

high chair

kiti kirefu

bill

muswada

tray

trei

knife

kisu

fork

uma

spoon

kijiko

teaspoon

kijiko cha chai

serviette

nepi

glass

glasi

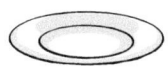

plate

sahani

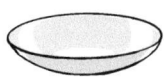

soup plate

sahani ya supu

saucer

sufuria

sauce

mchuzi

salt cellar

kichanyaji chumvi

pepper mill

kinu cha pilipili

vinegar

siki

oil

mafuta

spices

viungo

ketchup

kechapu

mustard

haradali

mayonnaise

kachumbari nzito

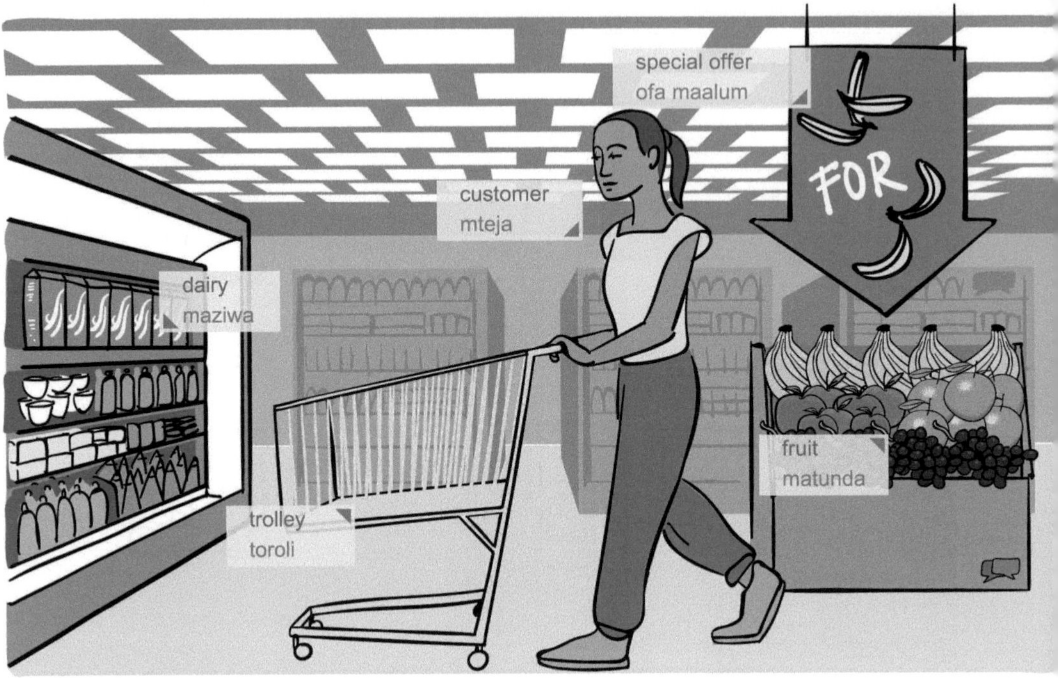

special offer
ofa maalum
FOR
customer
mteja
dairy
maziwa
fruit
matunda
trolley
toroli

BUTCHERS

butcher´s

mchinjaji

BAKERY

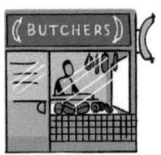

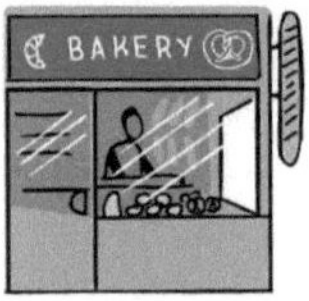

baker´s

mwokaji

weigh

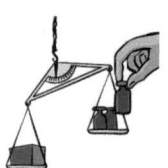

uzito

vegetables

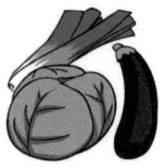

mboga

meat

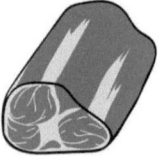

nyama

frozen food

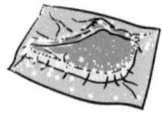

chakula waliohifadhiwa

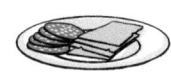

cold meat

vipande vya nyama baridi

tinned food

chakula cha kopo

washing powder

sabuni ya unga

sweets

pipi

household products

bidhaa za kaya

cleaning products

bidhaa za kusafisha

salesperson

mtu mauzo

till

mpaka

cashier

keshia

shopping list

orodha ya manunuzi

opening hours

masaa ya ufunguzi

wallet

mkoba

credit card

kadi

bag

mfuko

plastic bag

mfuko wa plastiki

water

maji

juice

sharubati

milk

maziwa

coke

coke

wine

mvinyo

beer

bia

alcohol

pombe

cocoa

kakao

tea

chai

coffee

kahawa

espresso

spreso

cappuccino

kapuchino

banana
ndizi

apple
tufaha

orange
machungwa

melon
tikiti

lemon
lemon

carrot
karoti

garlic
kitunguu saumu

bamboo
mianzi

onion
kitunguu

mushroom
uyoga

nuts
karanga

noodles
nudo

spaghetti

spageti

rice

mpunga

salad

saladi

chips

vibanzi

fried potatoes

viazi vya kukaanga

pizza

piza

hamburger

hambaga

sandwich

sandwichi

cutlet

kipande

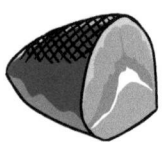

ham

paja la mnyama

salami

salami

sausage

soseji

chicken

kuku

roast

choma

fish

samaki

porridge oats

oats ya uji

muesli

muesli

cornflakes

cornflakes

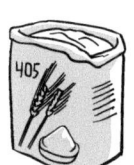

flour

unga

croissant

kroisanti

bread roll

andazi

bread

mkate

toast

mkate wa kubanika

biscuits

biskuti

butter

siagi

curd

maziwa mgando

cake

keki

egg

yai

fried egg

yai kukaanga

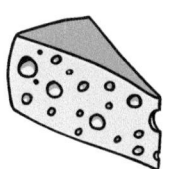

cheese

jibini

ice cream

aiskrimu

sugar

sukari

honey

asali

jam

jemu

chocolate spread

kuenea kwa chokoleti

curry

mchuzi wa viungo

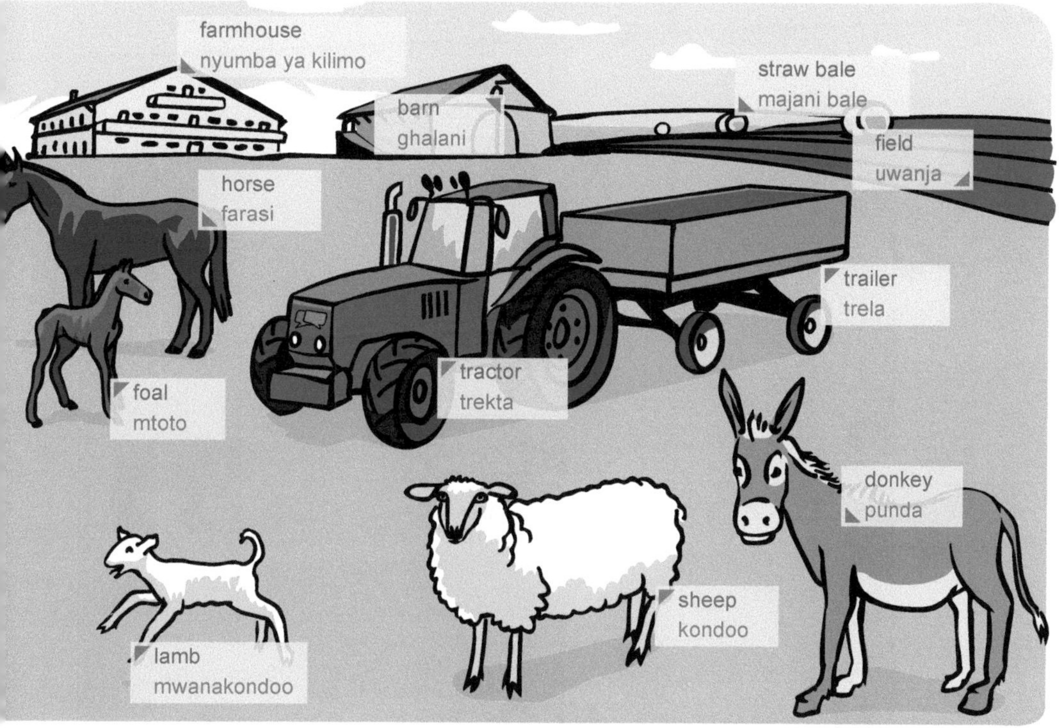

farmhouse
nyumba ya kilimo

straw bale
majani bale

barn
ghalani

field
uwanja

horse
farasi

trailer
trela

foal
mtoto

tractor
trekta

donkey
punda

sheep
kondoo

lamb
mwanakondoo

goat

mbuzi

cow

ng'ombe

calf

ndama

pig

nguruwe

piglet

mwananguruwe

bull

fahali

goose

batabukini

duck

bata

chick

kifaranga

hen

kuku

cock

jogoo

rat

panya

cat

paka

mouse

panya

ox

ng'ombe

dog

mbwa

doghouse

nyumba ya mbwa

garden hose

bomba la bustani

watering can

debe la kumwagilia maji

scythe

fyekeo

plough

kulima

sickle

mundu

hoe

jembe

pitchfork

uma wa nyasi

axe

shoka

wheelbarrow

toroli

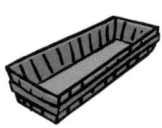

trough

kupitia nyimbo

milk can

chombo cha maziwa

sack

gunia

fence

ua

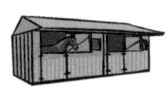

stable

imara

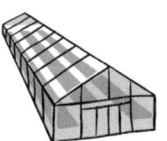

greenhouse

chafu

soil

udongo

seed

mbegu

fertilizer

mbolea

combine harvester

kivunaji

harvest

mavuno

harvest

mavuno

yams

viazi vikuu

wheat

ngano

soy

soya

potato

viazi

corn

mahindi

rapeseed

rapa

fruit tree

mti wa matunda

cassava

muhogo

cereals

nafaka

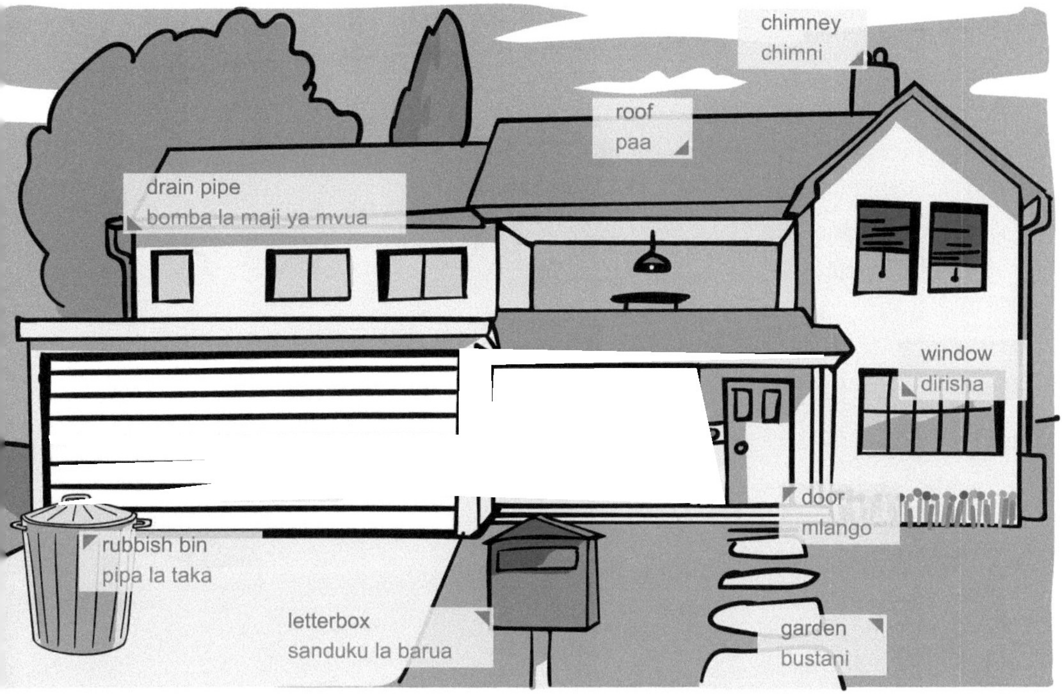

chimney
chimni

roof
paa

drain pipe
bomba la maji ya mvua

window
dirisha

rubbish bin
pipa la taka

door
mlango

letterbox
sanduku la barua

garden
bustani

living room

sebuleni

bathroom

bafu

kitchen

jikoni

bedroom

chumba cha kulala

child's room

chumba ya mtoto

dining room

chumba cha kulia

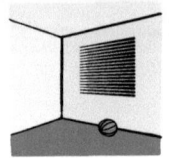

floor

sakafu

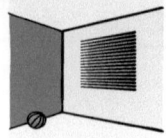

wall

ukuta

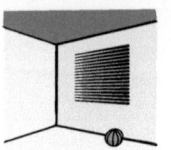

ceiling

dari

cellar

pishi

sauna

sauna

balcony

roshani

terrace

mtaro

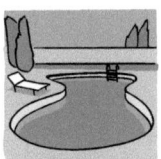

pool

kidimbwi

lawn mower

mashine ya kukata nyasi

sheet

karatasi

bedspread

kitambaa cha kupamba
kitanda

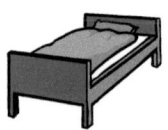

bed

kitanda

broom

ufagio

bucket

ndoo

switch

kubadili

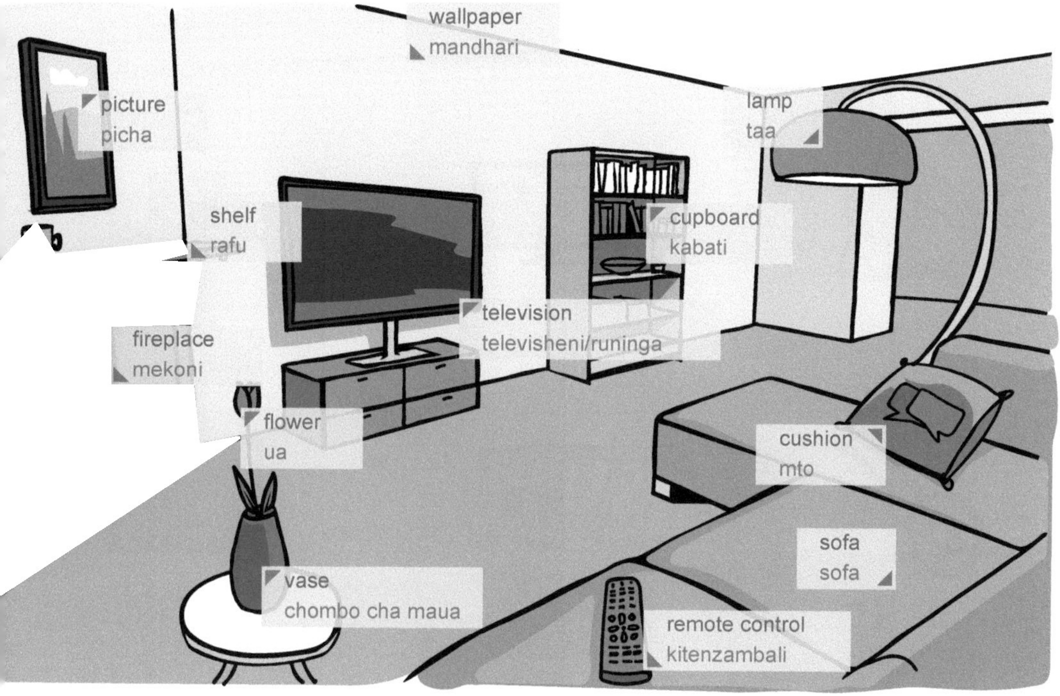

wallpaper
mandhari

picture
picha

lamp
taa

shelf
rafu

cupboard
kabati

fireplace
mekoni

television
televisheni/runinga

flower
ua

cushion
mto

sofa
sofa

vase
chombo cha maua

remote control
kitenzambali

carpet
zulia

curtain
pazia

table
meza

chair
kiti

rocking chair
kiti cha bembea

armchair
armchair

book

kitabu

blanket

blanketi

decoration

mapambo

firewood

kuni

film

filamu

hi-fi equipment

kifaa cha hi-fi

key

ufunguo

newspaper

gazeti

painting

uchoraji

poster

bango

radio

redio

notepad

daftari

hoover

kifyonza

cactus

dungusi kakati

candle

mshumaa

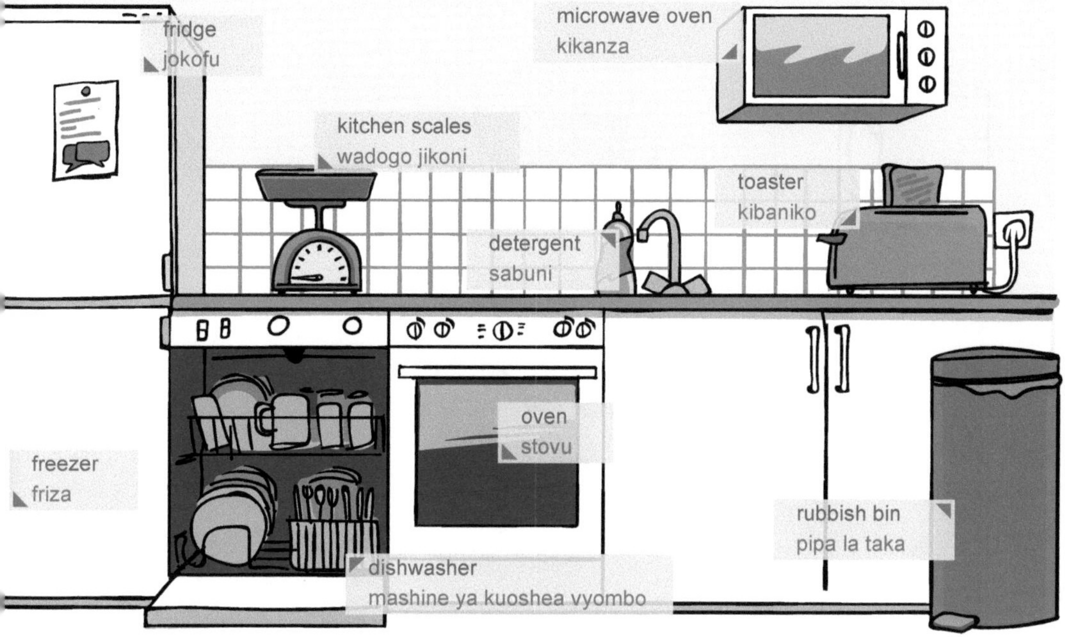

fridge
jokofu

microwave oven
kikanza

kitchen scales
wadogo jikoni

toaster
kibaniko

detergent
sabuni

oven
stovu

freezer
friza

rubbish bin
pipa la taka

dishwasher
mashine ya kuoshea vyombo

cooker
jiko la kupika

pot
chungu

cast-iron pot
sufuria ya chuma

wok / kadai
wok / kadai

pan
kaango

kettle
birika

kitchen - jikoni

steamer

stima

baking tray

sinia ya kuoka

crockery

vyombo vya udongo

mug

kombe

bowl

bakuli

chopsticks

vijiti vya kulia

ladle

ukawa

spatula

mwiko mpana

whisk

burashi

strainer

kichujio

sieve

chujio

grater

mbuzi

mortar

chokaa

barbecue

barbeque

open fire

moto wazi

chopping board

ubao wa majaribio

rolling pin

kijiti cha kusukuma unga

corkscrew

kizibuo

can

kopo

can opener

inaweza kopo

pot holder

kishikio cha chungu

sink

karo

brush

brashi

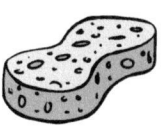

sponge

sifongo

blender

kisagaji matunda

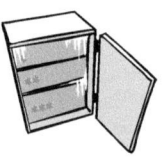

deep freezer

friji ya kina

baby bottle

chupa ya mtoto

tap

bomba

heating
joto

shower
mfereji wa kuogea

towel
taulo

shower curtain
pazia la kuogea

bubble bath
maji ya kuoga yenye povu

bathtub
hodhi

glass
glasi

washing machine
mashine ya kuosha

tiles
vigae

tap
bomba

potty
poti

sink
karo

toilet

choo

squat toilet

choo cha squat

bidet

beseni la mviringo

urinal

choo cha umma

toilet paper

shashi

toilet brush

brashi ya choo

toothbrush

mswaki

toothpaste

dawa ya meno

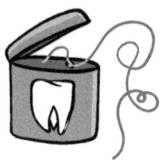

dental floss

dawa ya meno

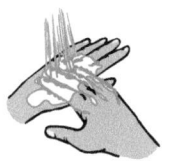

wash

safisha

handheld shower

kuoga mkono

douche

msukumo wa maji

basin

bonde

back brush

mpako wa pili

soap

sabuni

shower gel

jeli ya kuogea

shampoo

shampuu

flannel

flana

drain

toa maji

cream

krimu

deodorant

kiondoa harufu

mirror

kioo

hand mirror

kioo mkono

razor

kinyozi

shaving foam

povu la kunyoa

aftershave

baada ya kunyoa

comb

kichana

brush

brashi

hair dryer

kikausha nywele

hairspray

marashi ya nyewele

makeup

vipodozi

lipstick

kidomwa

nail varnish

varnish ya msumari

cotton wool

pamba

nail scissors

mkasi wa kucha

perfume

manukato

washbag

mkoba wa kuosha

stool

kinyesi

weighing scale

mizani

bathrobe

nguo ya kuoga

rubber gloves

glavu za mpira

tampon

kisodo

sanitary towel

sodo

chemical toilet

kemikali choo

chumba ya mtoto

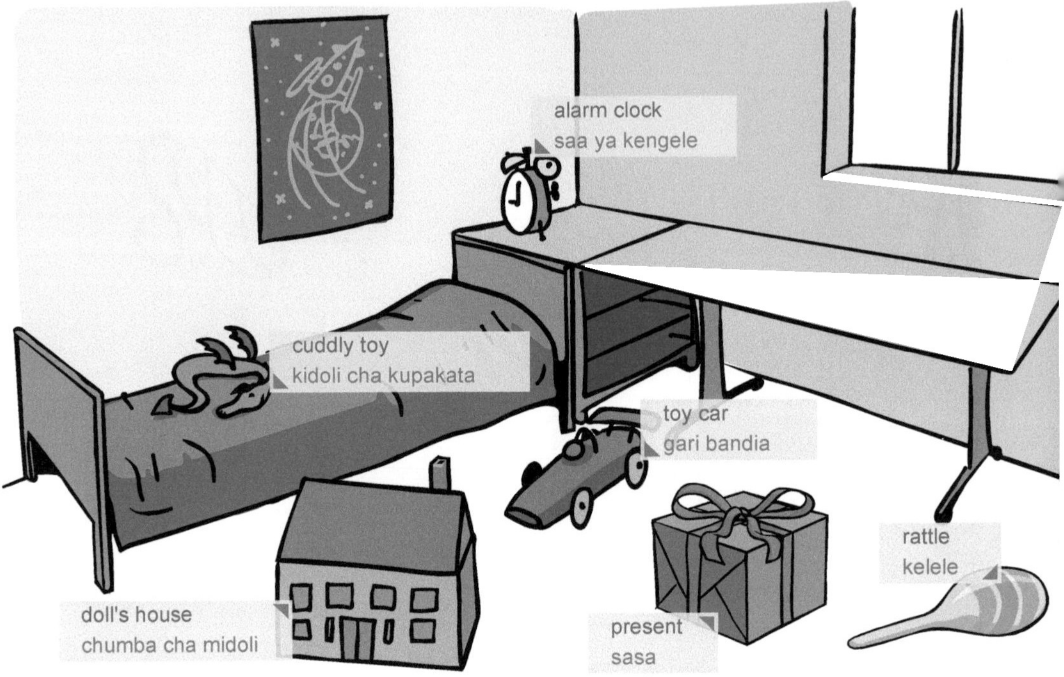
alarm clock
saa ya kengele
cuddly toy
kidoli cha kupakata
toy car
gari bandia
rattle
kelele
doll's house
chumba cha midoli
present
sasa

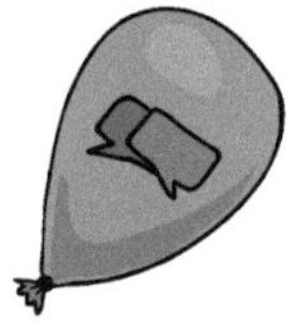

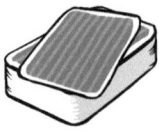

balloon

baluni

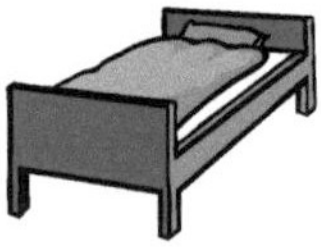

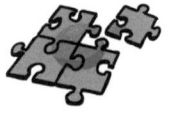

bed

kitanda

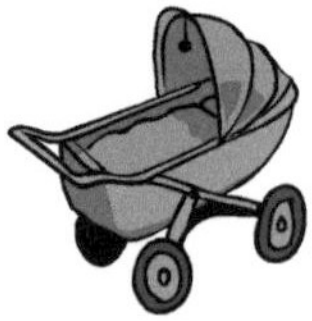

pram

mashua

deck of cards

staha ya kadi

jigsaw

mchezo-fumb

SUPER
MEGA

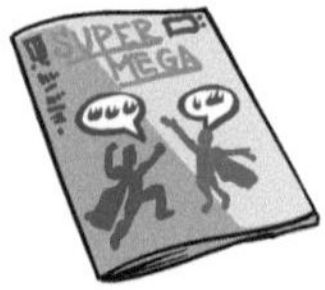

comic

vichekesho

lego bricks

matofali lego

building blocks

vitalu mwigo

action figure

hatua takwimu

romper suit

suti ya kulalia

Frisbee

kisahani

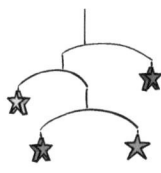

mobile

simu

board game

ubao wa michezo

dice

kete

model train set

garimoshi mwigo

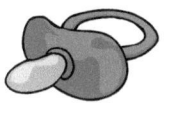

dummy

dummy

party

chama

picture book

picha kitabu

ball

mpira

doll

kikaragosi

play

kucheza

sandpit

shimo la mchanga

swing

bembea

toys

vitu bandia

video game console

kiweko cha video ya mchezo

tricycle

baiskeli ya magurudumu

teddy bear

mwanasesere

wardrobe

kabati

matatu

socks

soksi

stockings

stokingi

tights

kibano

scarf
skafu

umbrella
mwavuli

belt
ukanda

t-shirt
fulana

boots
viatu

slippers
ndara

trainers
wakufunzi

sandals
malapa

shoes
viatu

rubber boots
mabuti ya mpira

underpants
suruali ya ndani

bra
sidiria

vest
fulana

clothing - nguo

body
mwili

trousers
suruali

jeans
dangirizi

skirt
sketi

blouse
blauzi

shirt
shati

pullover
vuta

hoodie
sweta

blazer
bleza

jacket
jaketi

coat
koti

raincoat
koti la mvua

costume
maleba

dress
gauni

wedding dress
mavazi ya harusi

suit

suti

nightgown

vazi la usiku

pyjamas

pajama

sari

sari

headscarf

skafu

turban

kilemba

burqa

burka

kaftan

kaftan

abaya

abaya

swimsuit

vazi la kuogelea

trunks

vazi la kiume la kuogelea

shorts

kaptura

tracksuit

teitei

apron

aproni

gloves

glavu

button

kifungo

glasses

glasi

bracelet

bangili

necklace

mkufu

ring

pete

earring

herini

cap

kofia

coat hanger

kiango cha koti

hat

kofia

tie

tai

zipper

zipu

helmet

kofia

braces

kanda za suruali

school uniform

sare za shule

uniform

sare

bib

bibu

dummy

dummy

nappy

nepi

server

seva

filing cabinet

kabati la kuweka faili

printer

monitor

kiwambo

paper

karatasi

mouse

kipanya

keyboard

bin

cha kuweka karatasi chafu

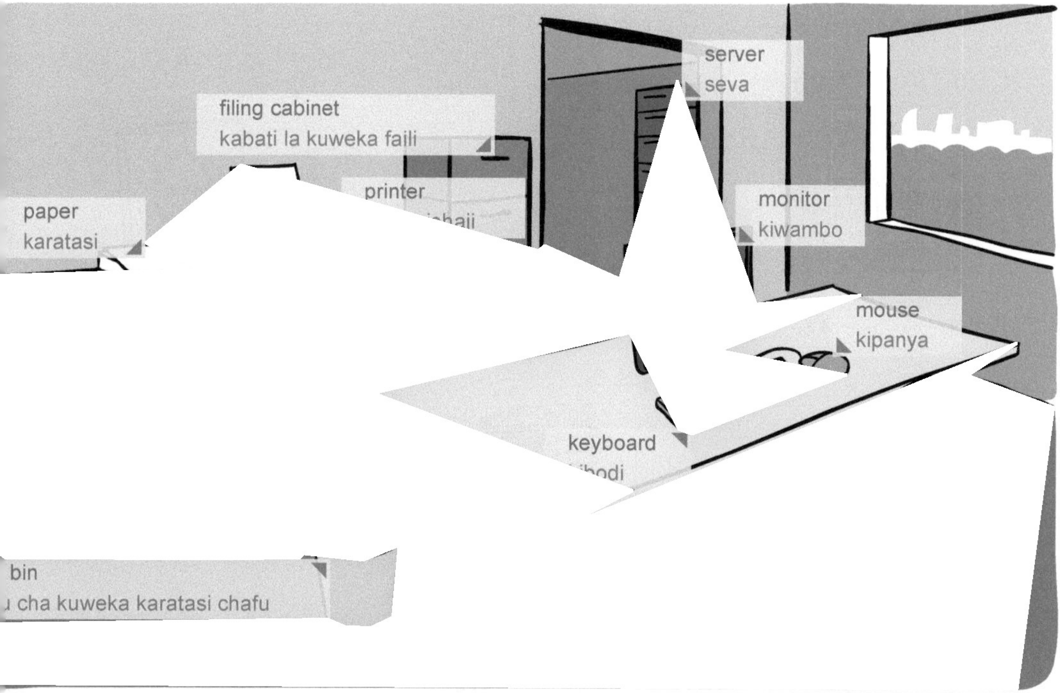

coffee mug

kmobe la kahawa

calculator

kikokotoo

internet

biashara

office - ofisi

laptop
mbali

letter
barua

message
ujumbe

mobile
rununu

network
intaneti

photocopier
fotokopia

software
programu

telephone
simu

plug socket
soketi

fax machine
kipepesi

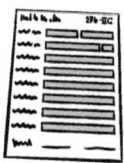

form
fomu

document
hati

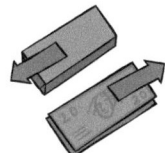

buy

kununua

pay

kulipa

trade

biashara

money

fedha

 USD

dollar

dola

 EUR

euro

yuro

 JPY

yen

yeni

 RUB

rouble

rouble

 CHF

Swiss franc

faranga ya Uswisi

 CNY

renminbi yuan

renminbi yuan

 INR

rupee

rupia

cashpoint

eneo la kulipia

bureau de change

ofisi ya ubadilishanaji

gold

dhahabu

silver

fedha

oil

mafuta

energy

nishati

price

bei

contract

mkataba

tax

kodi

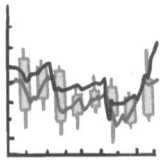

stock

bidhaa

work

kazi

employee

mfanyakazi

employer

mwajiri

factory

kiwanda

shop

duka

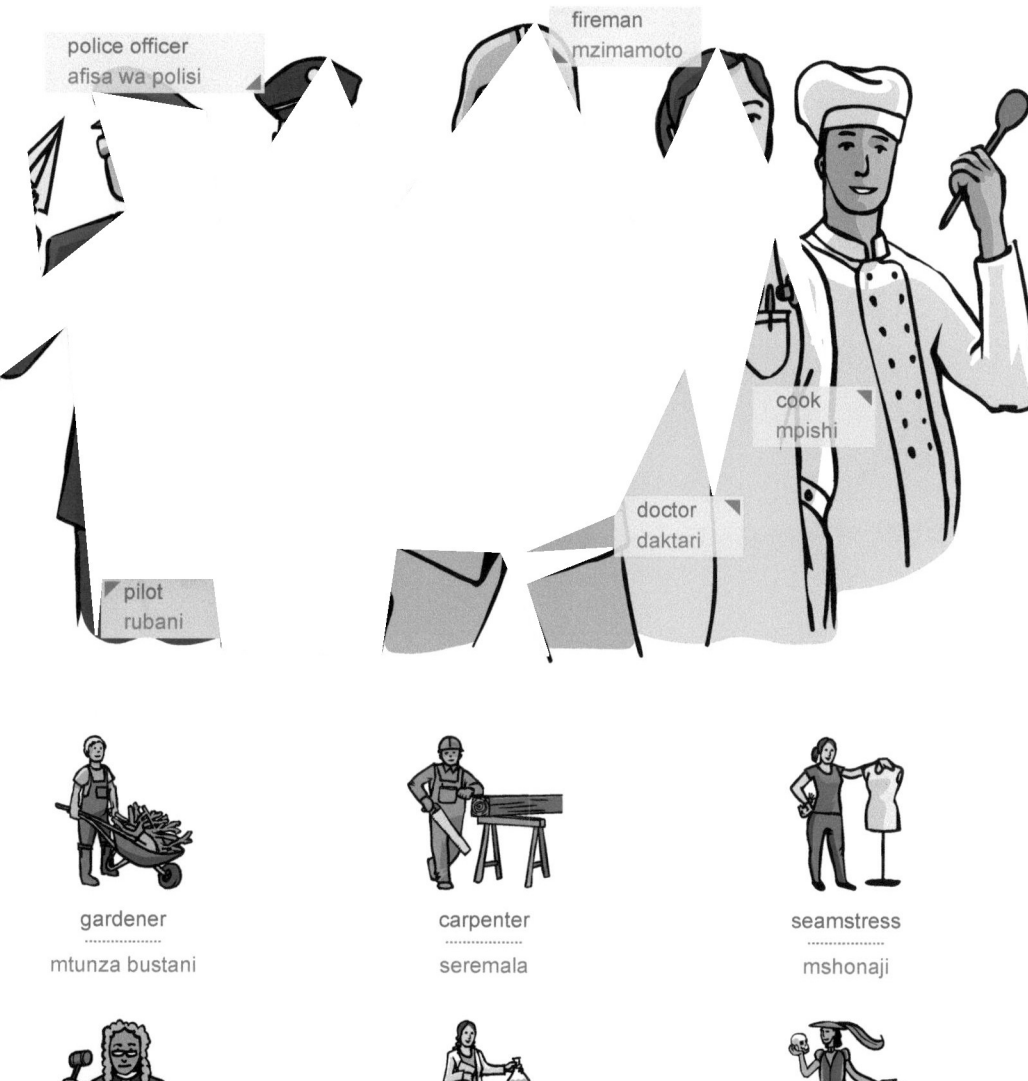

police officer
afisa wa polisi

fireman
mzimamoto

cook
mpishi

doctor
daktari

pilot
rubani

gardener

mtunza bustani

carpenter

seremala

seamstress

mshonaji

judge

hakimu

chemist

mwanakemia

actor

muigizaji

bus driver

dereva wa basi

taxi driver

dereva wa teksi

fisherman

mvuvi

cleaning lady

mwanamke wa kusafisha

roofer

mwezekaji

waiter

mhudumu

hunter

mwindaji

painter

mchoraji

baker

mwokaji

electrician

umeme

builder

mjenzi

engineer

mhandisi

butcher

mchinjaji

plumber

fundi bomba

postman

mwanaposta

soldier

mwanajeshi

architect

msanifu majengo

cashier

keshia

florist

muuza maua

hairdresser

msusi

conductor

kondakta

mechanic

mekanika

captain

nahodha

dentist

daktari wa meno

scientist

mwanasayansi

rabbi

rabbi

imam

imamu

monk

mtawa

clergyman

kasisi

zana

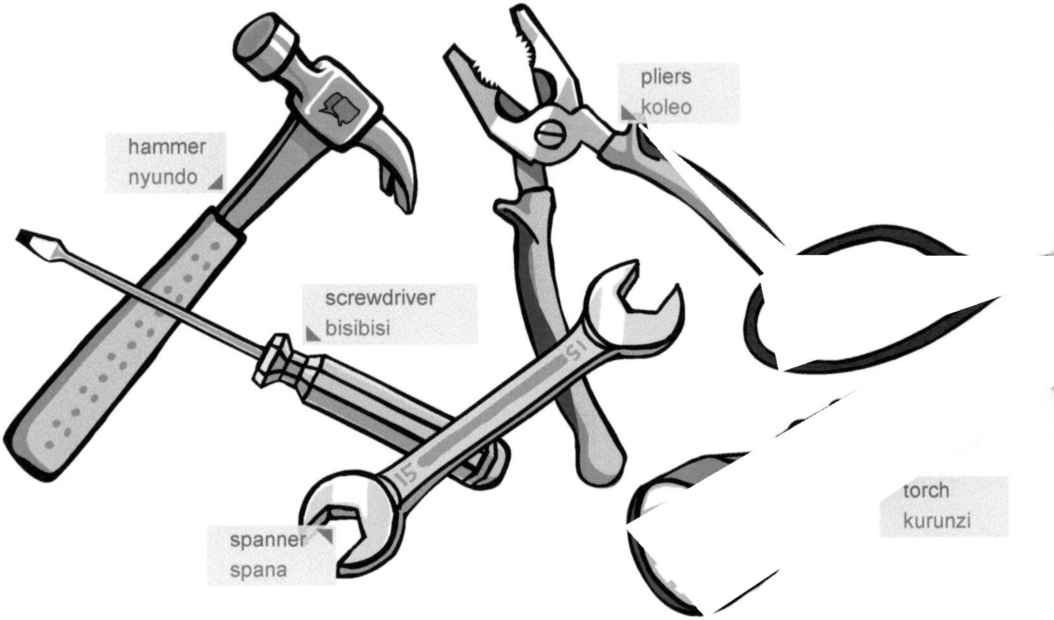
hammer
nyundo
pliers
koleo
screwdriver
bisibisi
spanner
spana
torch
kurunzi

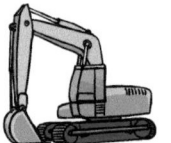

digger

mchimbaji

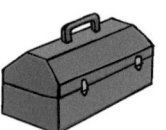

toolbox

sanduku la vifaa

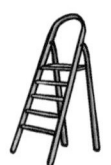

ladder

ngazi

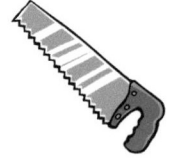

saw

msumeno

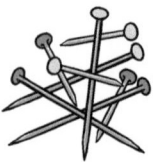

nails

misumari

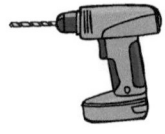

drill

kuchimba visima

repair

kukarabati

shovel

sepetu

Damn!

Lo!

dustpan

kishikio cha uchafu

paint pot

chungu cha rangi

screws

skurubu

ala za muziki

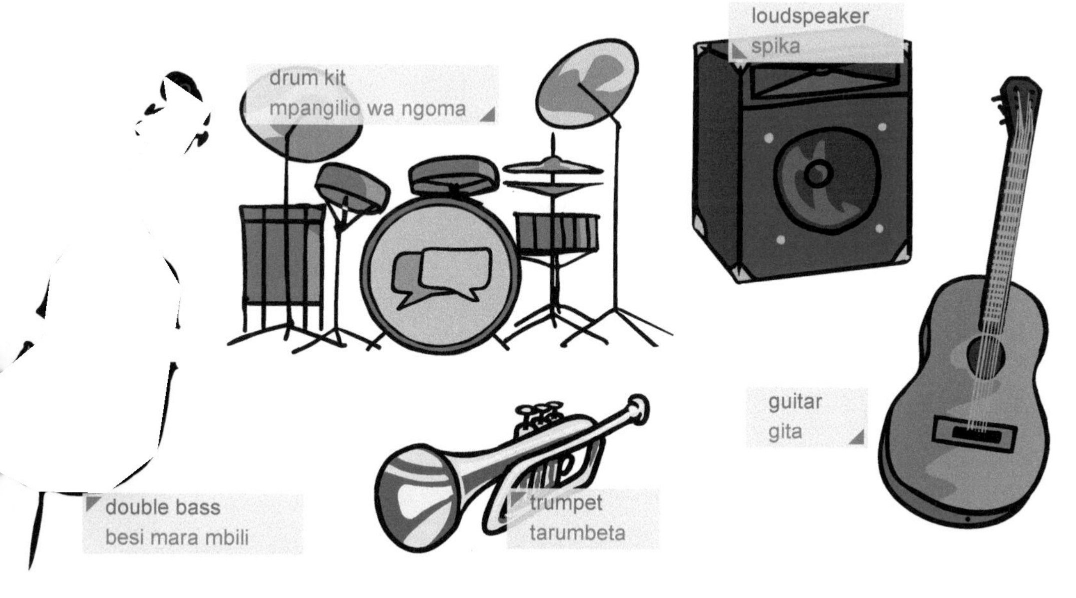

drum kit
mpangilio wa ngoma

loudspeaker
spika

guitar
gita

double bass
besi mara mbili

trumpet
tarumbeta

piano

piano

violin

fidla

bass

ubeji

timpani

timpani

drums

ngoma

keyboard

kibodi

saxophone

saksafoni

flute

filimbi

microphone

maikrofoni

entrance
lango la kuingia

tiger
simbamarara

cage
ngome

zebra
pundamilia

animal feed
chakula cha mifugo

panda
panda

animals
wanyama

elephant
tembo

kangaroo
kangaruu

rhino
kifaru

gorilla
sokwe

bear
dubu

camel

ngamia

ostrich

mbuni

lion

simba

monkey

tumbili

flamingo

heroe

parrot

kasuku

polar bear

dubu

penguin

penguini

shark

papa

peacock

tausi

snake

nyoka

crocodile

mamba

zookeeper

mtunza wanyama

seal

muhuri

jaguar

jaguar

pony

mwanafarasi

leopard

chui

hippo

kiboko

giraffe

twiga

eagle

tai

boar

nguruwe mwitu

fish

samaki

turtle

kobe

walrus

sili

fox

mbweha

gazelle

paa

American football
soka ya marekani

cycling
uendeshaji baiskeli

tennis
tenisi

basketball
mpira wa kikapu

swimming
kuogelea

boxing
ndondi

ice hockey
magongo ya barafuni

football
soka

badminton
vinyoya

athletics
riadha

handball
mpira wa mikono

skiing
skii

polo
polo

laugh
cheka

jump
kuruka

hug
kumbatia

walk
kutembea

sing
kuimba

dream
ota ndoto

pray
kuomba

kiss
busu

write
kuandika

draw
kuteka

show
angalia

push
sukuma

give
kutoa

take
kuchukua

activities - shughuli

63

have

kuwa

do

fanya

be

kuwa

stand

kusimama

run

kukimbia

pull

vuta

throw

kutupa

fall

kuanguka

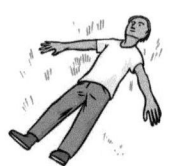

lie

hadaa

wait

kusubiri

carry

kubeba

sit

kukaa

get dressed

vaa nguo

sleep

usingizi

wake up

kuamka

look at

kuangalia

cry

lia

stroke

kiharusi

comb

chana nywele

talk

ongea

understand

kuelewa

ask

kuuliza

listen

kusikiliza

drink

kunywa

eat

kula

tidy up

nadhifisha

love

upendo

cook

mpishi

drive

gari

fly

kuruka

activities - shughuli

65

sail
meli

calculate
kokotoa

read
kusoma

learn
kujifunza

work
kazi

marry
kuoa

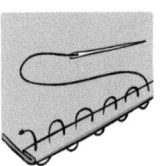

sew
kushona

brush teeth
piga mswaki

kill
kuua

smoke
moshi

send
kutuma

grandmother
bibi

grandfather
babu

father
baba

mother
mama

baby
mtoto

daughter
binti

son
bin

guest

mgeni

aunt

shangazi

uncle

mjomba

brother

kaka

sister

dada

family - familia

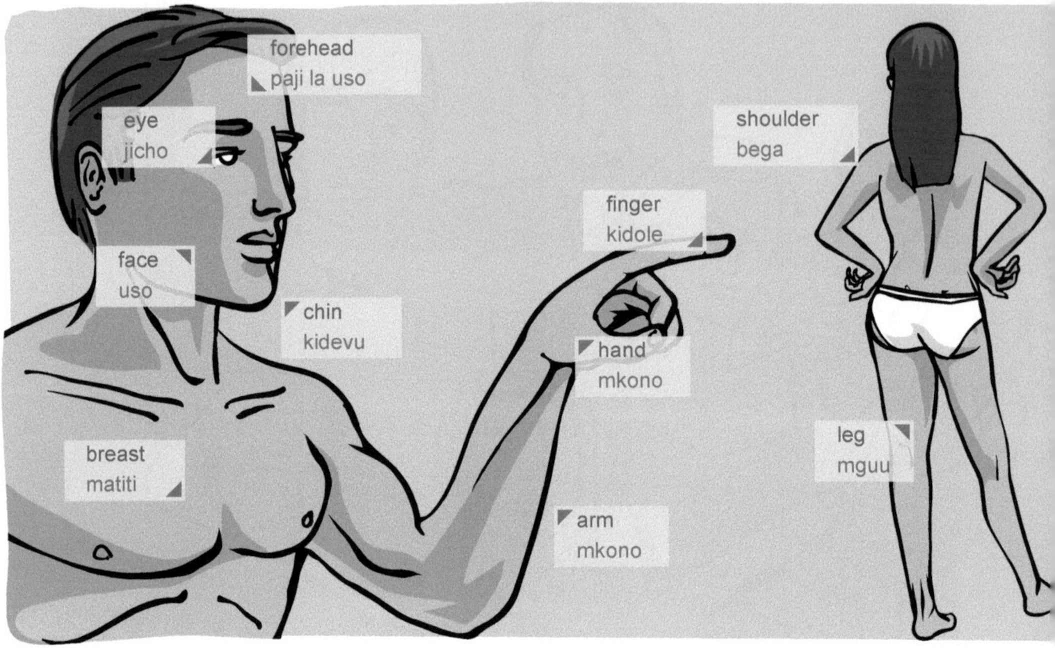

forehead
paji la uso

eye
jicho

shoulder
bega

finger
kidole

face
uso

chin
kidevu

hand
mkono

breast
matiti

leg
mguu

arm
mkono

baby

mtoto

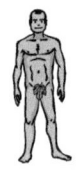

man

mwanamume

woman

mwanamke

girl

msichana

boy

mvulana

head

kichwa

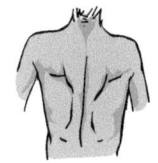

back

nyuma

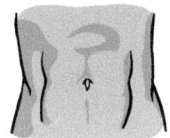

belly

tumbo

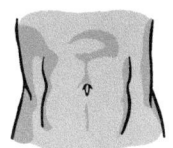

belly button

kitovu

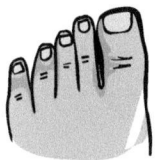

toe

chano

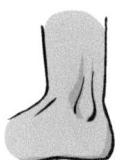

heel

kisigino

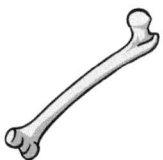

bone

mfupa

hip

nyonga

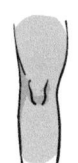

knee

goti

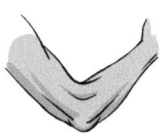

elbow

kiwiko

nose

pua

bottom

chini

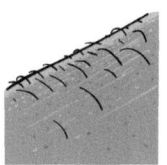

skin

ngozi

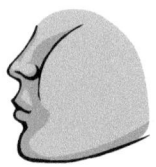

cheek

shavu

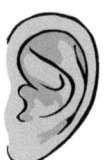

ear

sikio

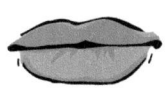

lip

mdomo

body - mwili

mouth

kinywa

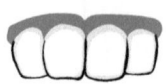

tooth

jino

tongue

ulimi

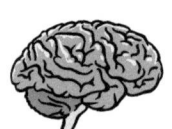

brain

ubongo

heart

moyo

muscle

misuli

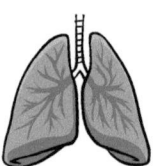

lung

pafu

liver

ini

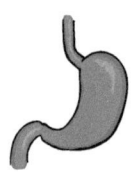

stomach

tumbo

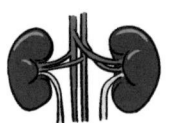

kidneys

figo

sex

jinsia

condom

kondomu

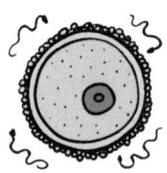

ovum

ovari

semen

shahawa

pregnancy

mimba

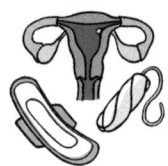

menstruation

hedhi

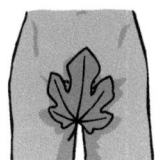

vagina

uke

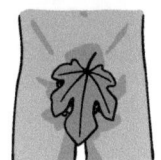

penis

uume

eyebrow

unyusi

hair

nywele

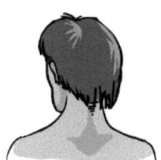

neck

shingo

hospitali

hospital
hospitali
ambulance
gari la wagonjwa
wheelchair
kiti cha magurudumu
fracture
jeraha

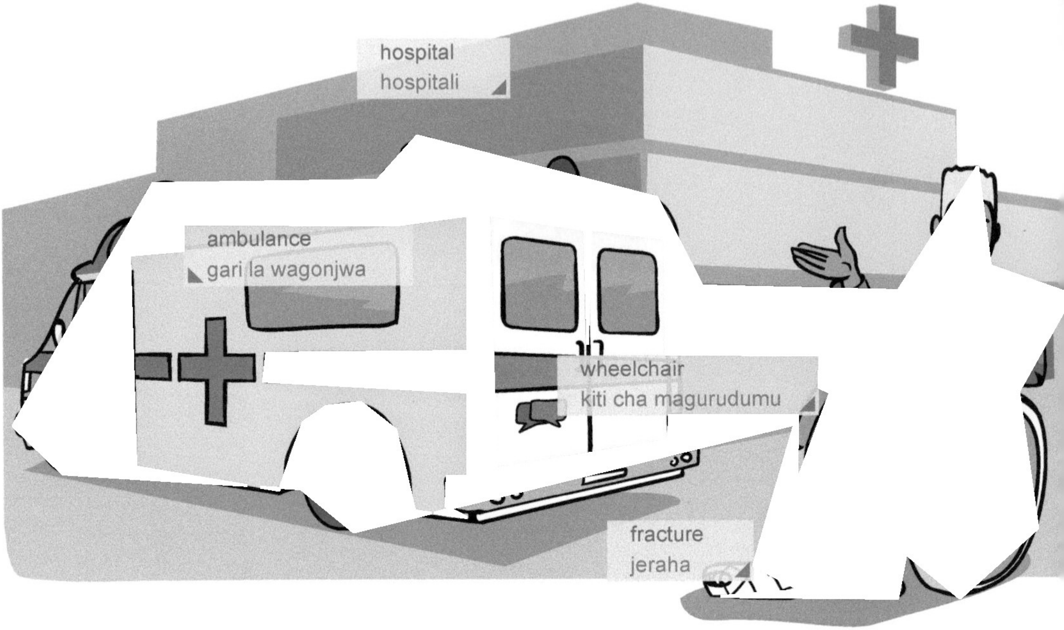

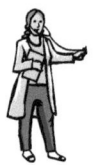

doctor

daktari

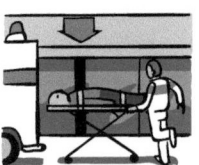

emergency room

chumba cha dharura

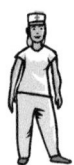

nurse

muuguzi

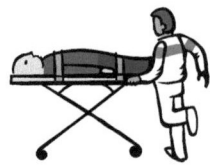

emergency

dharura

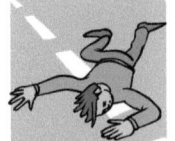

unconscious

kupoteza fahamu

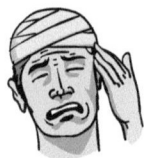

pain

maumivu

injury

kuumia

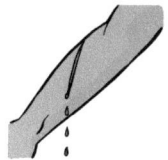

bleeding

kutokwa na damu

heart attack

mshtuko wa moyo

stroke

kiharusi

allergy

mzio

cough

kikohozi

fever

homa

flu

mafua

diarrhoea

kuharisha

headache

maumivu ya kichwa

cancer

kansa

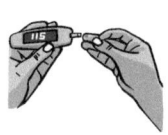

diabetes

ugonjwa wa kisukari

surgeon

daktari mpasuaji

scalpel

kisu kidogo cha kupasulia

operation

operesheni

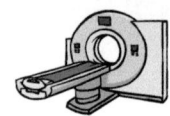

CT

picha changanufu ya mwili

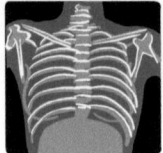

x-ray

Eksrei

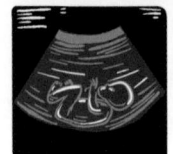

ultrasound

mawimbi sauti

face mask

barakoa ya uso

disease

ugonjwa

waiting room

chumba cha kusubiri

crutch

mkongojo

plaster

plasta

bandage

bendeji

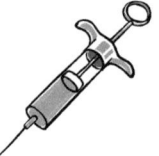

injection

sindano

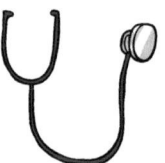

stethoscope

stetoskopu

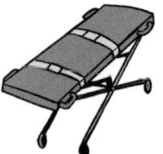

stretcher

machela

clinical thermometer

kipimajoto cha kliniki

birth

kuzaliwa

overweight

unene kupita kiasi

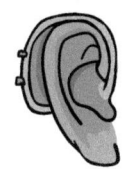

hearing aid

kusikia misaada

disinfectant

kipukusi

infection

maambukizi

virus

virusi

HIV / AIDS

VVU / UKIMWI

medicine

dawa

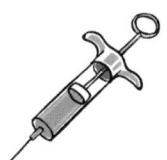

vaccination

chanjo

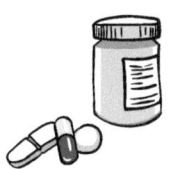

tablets

vidonge

pill

kidonge

emergency call

simu ya dharura

blood pressure monitor

haemodainamometa

sick / healthy

mgonjwa / mwenye afya

Help!

Msaada!

assault

pigo

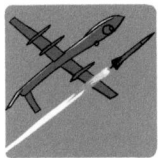

attack

shambulizi

danger

hatari

emergency exit

lango la dharura

alarm

kengele

Fire!

Moto!

fire extinguisher

kizima moto

accident

ajali

first-aid kit

vifaa vya huduma ya
kwanza

SOS

wito wa msaada

police

polisi

Europe

Ulaya

North America

Amerika ya Kaskazini

South America

Amerika ya Kusini

Africa

Afrika

Asia

Asia

Australia

Australia

Atlantic

Atlantiki

Pacific

Pasifiki

Indian Ocean

Bahari ya Hindi

Antarctic Ocean

Bahari ya Antaktiki

Arctic Ocean

Bahari ya Aktiki

North Pole

Ncha ya Kaskazini

South Pole

Ncha ya Kusini

Antarctica

Antaktika

Earth

dunia

land

nchi

sea

bahari

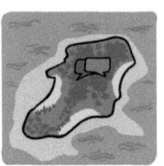

island

kisiwa

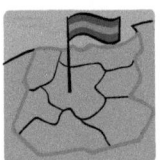

nation

taifa

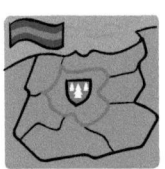

state

jimbo

clock face

uso wa saa

hour hand

akrabu ya saa

minute hand

akrabu ya dakika

second hand

akrabu ya sekunde

What time is it?

Ni saa ngapi?

day

siku

time

wakati

now

sasa

digital watch

saa ya dijitali

minute

dakika

hour

saa

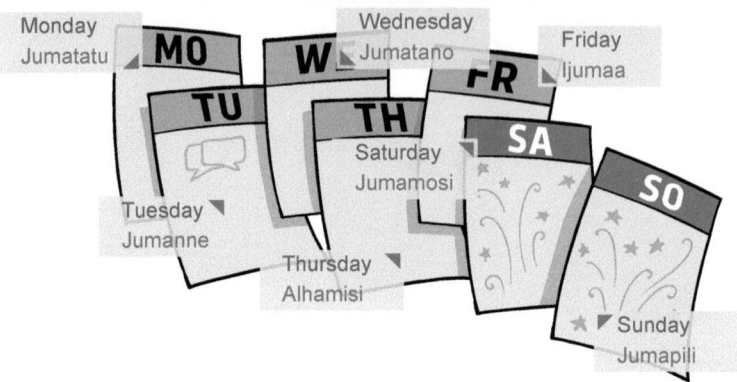

Monday
Jumatatu

Wednesday
Jumatano

Friday
Ijumaa

Tuesday
Jumanne

Saturday
Jumamosi

Thursday
Alhamisi

Sunday
Jumapili

yesterday

jana

today

leo

tomorrow

kesho

morning

asubuhi

noon

saa sita mchana

evening

jioni

MO	TU	WE	TH	FR	SA	SU
1	2	3	4	5	6	7
8	9	10	11	12	13	14
15	16	17	18	19	20	21
22	23	24	25	26	27	28
29	30	31	1	2	3	4

business days

siku za biashara

MO	TU	WE	TH	FR	SA	SU
1	2	3	4	5	6	7
8	9	10	11	12	13	14
15	16	17	18	19	20	21
22	23	24	25	26	27	28
29	30	31	1	2	3	4

weekend

mwishoni mwa wiki

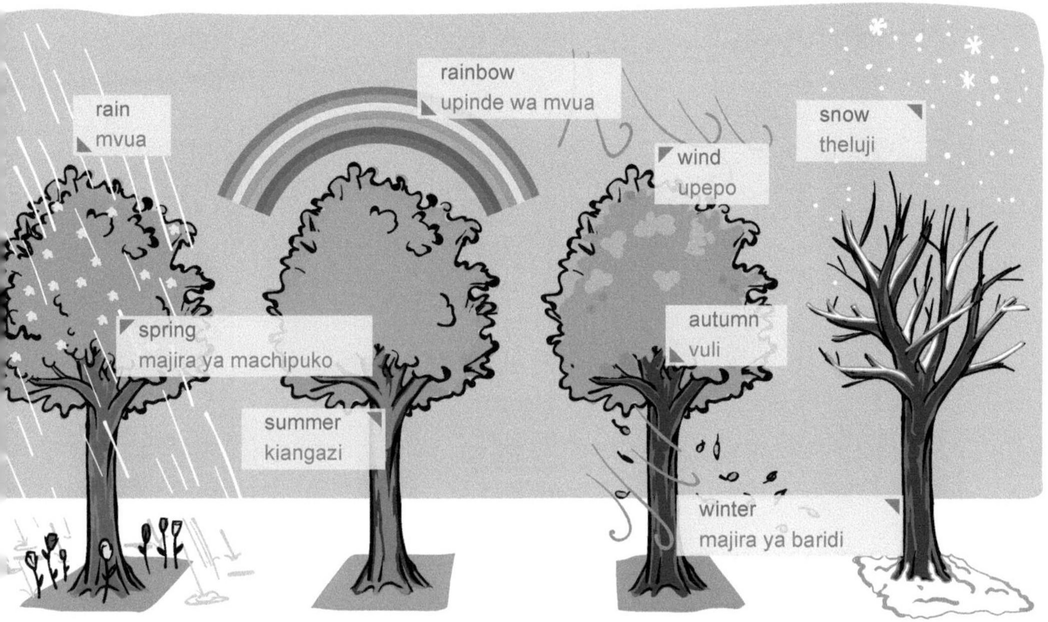

rain
mvua

rainbow
upinde wa mvua

snow
theluji

wind
upepo

spring
majira ya machipuko

autumn
vuli

summer
kiangazi

winter
majira ya baridi

4.APRIL	11°	☀
5.APRIL	4°	⛅
6.APRIL	13°	🌧
7.APRIL	8°	☀
8.APRIL	10°	☀

weather forecast

utabiri wa hali ya hewa

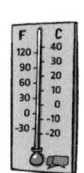

thermometer

kipimajoto

sunshine

mwanga wa jua

cloud

wingu

fog

ukungu

humidity

unyevu

lightning

umeme

thunder

radi

storm

dhoruba

hail

mvua ya mawe

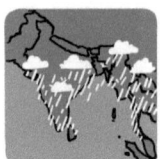

monsoon

monsuni

flood

mafuriko

ice

barafu

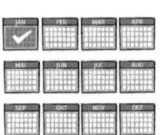

January

Januari

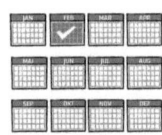

February

Februari

March

Machi

April

Aprili

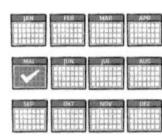

May

Mei

June

Juni

July

Julai

August

Agosti

September
·················
Septemba

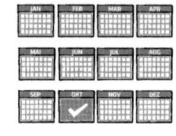

October
·················
Oktoba

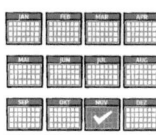

November
·················
Novemba

December
·················
Desemba

maumbo

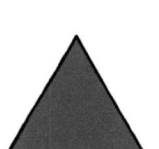

circle
·················
mduara

square
·················
mraba

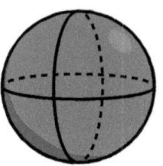

rectangle
·················
mstatili

triangle
·················
pembetatu

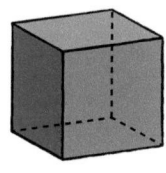

sphere
·················
nyanja

cube
·················
mchemraba

white
....
nyeupe

yellow
....
manjano

orange
....
chungwa

pink
....
rangi ya waridi

red
....
nyekundu

purple
....
hudhurungi

blue
....
bluu

green
....
kijani

brown
....
hanja

grey
....
jivujivu

black
....
nyeusi

a lot / a little

mengi / kidogo

angry / calm

hasira / pole

beautiful / ugly

nzuri / mbaya

beginning / end

mwanzo / mwisho

big / small

kubwa / ndogo

bright / dark

angavu / giza

brother / sister

kaka / dada

clean / dirty

safi / chafu

complete / incomplete

kamilika / tokamilika

day / night

siku / usiku

dead / alive

wafu / hai

wide / narrow

pana / nyembamba

edible / inedible

kulika / kutolika

evil / nice

ovu / ema

excited / bored

sisimkwa / udhika

fat / thin

nene / nyembamba

first / last

kwanza / mwisho

friend / enemy

rafiki / adui

full / empty

jaa / tupu

hard / soft

ngumu / laini

heavy / light

nzito / nyepesi

hunger / thirst

njaa / kiu

sick / healthy

mgonjwa / mwenye afya

illegal / legal

haramu / kisheria

intelligent / stupid

akili / kijinga

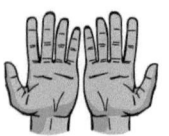

left / right

kushoto / kulia

near / far

karibu / mbali

new / used

mpya / kutumika

nothing / something

kitu / jambo

old / young

zee / changa

on / off

waka / zima

open / closed

wazi / fungwa

quiet / loud

utulivu / kelele

rich / poor

tajiri / masikini

right / wrong

sahihi / kosa

rough / smooth

mbaya / laini

sad / happy

huzunika / furahia

short / long

fupi /ndefu

slow / fast

polepole / haraka

wet / dry

nyevu / kavu

warm / cool

joto / baridi

war / peace

vita / amani

0

zero

sufuri

1

one

moja

2

two

mbili

3

three

tatu

4

four

nne

5

five

tano

6

six

sita

7

seven

saba

8

eight

nane

9

nine

tisa

10

ten

kumi

11

eleven

kumi na moja

12
twelve

kumi na mbili

13
thirteen

kumi na tatu

14
fourteen

kumi na nne

15
fifteen

kumi na tano

16
sixteen

kumi na sita

17
seventeen

kumi na saba

18
eighteen

kumi na nane

19
nineteen

kumi na tisa

20
twenty

ishirini

100
hundred

mia

1.000
thousand

elfu

1.000.000
million

milioni

English

Kiingereza

American English

Kiingereza cha Marekani

Mandarin Chinese

Kimandarini cha Uchina

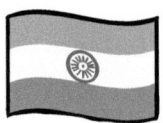

Hindi

Kihindi

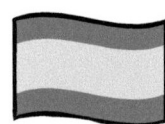

Spanish

Kihispania

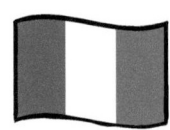

French

Kifaransa

Arabic

Kiarabu

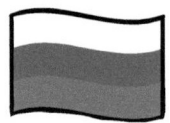

Russian

Kirusi

Portuguese

Kireno

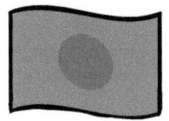

Bengali

Kibengali

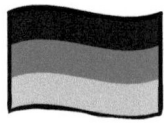

German

Kijerumani

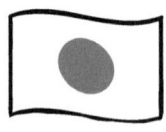

Japanese

Kijapani

I
....
mimi

you
....
wewe

he / she / it
....
yeye / yeye / ni

we
....
sisi

you
....
wewe

they
....
wao

who?
....
nani?

what?
....
nini?

how?
....
jinsi gani?

where?
....
wapi?

when?
....
lini?

name
....
jina

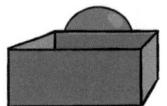

behind

nyuma

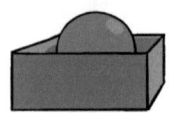

in

katika

in front of

mbele ya

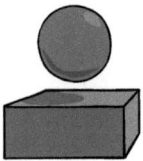

over

juu ya

on

kwenye

under

chini ya

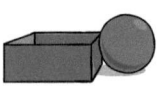

beside

kando

between

kati

place

mahali